AF357074

音世觀海南

NAM - HAI - QUAN - THÊ - ÂM

SỰ TÍCH DIỄN CA

(Truyện Phật-Bà Chùa-Hương)

Có dịch ra cả bài kinh Cao-Vương theo như
nguyên bản nữa

Transcrit en Quốc-Ngữ

et publié

par

XUAN LAN

5e ÉDITION

PRIX 0$25

1927
Imprimerie Thuc-Nghiệp
MAI-DU-LAN Successeur
HANOI

NAM HẢI QUAN THẾ ÂM

SỰ TÍCH DIỄN CA

Trần như đạo phật rất mầu,
Tâm trung chữ hiếu niệm đầu chữ nhân;
Hiếu là độ được đấng thân,
Nhân là vượt khỏi trầm luân mọi loài.
Tinh thông nghìn mắt nghìn tay,
Cũng trong một điểm linh đài hóa ra.
Xem trong bể nước Nam ta,
Phả-môn có đức Phật-bà Quan-âm.
Niệm ngài thường niệm tại tâm,
Dắn xem sự tích ca-ngâm cho tường.
Đời xưa vua Diệu-Trang-Vương.
Hưng-Lâm nước ấy bốn phương một nhà.
Chính-phi bảo-đức Bá-nha,
Sáu cung đủ cả ngọc ngà thiếu chi.
Chỉn lo dưới gối còn trì,
Mai sau được kẻ nối vì Đế Vương.
Mấy cùng Hoàng-hậu lo lường,
Rằng: sao tử tức muộn màng bấy lâu?
Hay vì giặc giã đâu đâu,
Mà ta giết nó bấy lâu đã nhiều,
Pháp binh như lửa cháy diều,
Há không oan uổng luống tiêu mình người,
Chánh cung tâu lại mấy nhời:
Trong cơ báo ứng đạo Giời chi không

Có đền tây-nhạc đế-cung,
Khấn sao được vậy như lòng thế gian;
Dám xin vua lập một đàn,
Cầu thai ta lại giải oan cho người.
Đức vua nghe nói mừng cười,
Sai ngươi Triệu Trần vâng nhời truyền mau;
Sắm sinh hương quả đèn dầu,
Bao nhiêu lễ khấn lễ cầu đủ no.
Lại sai Đát-nam, Chi-đồ,
Lễ nghi đem đến đền chùa đế-cung;
Truyền cho sự cả Chí-không,
Rằng: vâng lịnh ngự một lòng kính thay;
Đàn chay làm bảy đêm ngày,
Việc người cầu tự, việc thầy tụng kinh;
Chí-không vâng mịnh dành dành,
Năm mươi thầy tớ tập tành trống chuông;
Bàn trong, án ngoại tròn vuông,
Mưa bay nước phép, hương tuôn khói đàn;
Ngày ấy vua ngự xe loan,
Dâng hương làm lễ trong đàn dâng lên;
Đàn dưới, sự giữa, vua trên,
Một bên hoàng-hậu, một bên cung-tần;
Đức vua quì xuống tâu rằng:
Tôi từ trị nước nuôi chưng dân Giời.
Cũng may dân được yên vui,
Mà sao hoàng-tử nối đời chưa sinh?

Hãy là trong lúc dụng binh,
Nhiều khi sát phạt oan tình chúng chang
  Lòng thành lễ bạc kính dâng,
Giãy tôi tạ quá xin thần chứng minh.
  Xin đem sớ tấu Thiên-đình,
Cho hoàng-tử được giáng sinh tôi nhờ.
  Chúc xong vua phán bấy giờ,
Các sư thành kính phụng thờ cho ta.
  Mai mà sinh hoàng tử ra,
Thời trẫm ắt thưởng cho mà hậu thay,
  Phán rồi xe giá về ngay,
Gió đưa nghi ngút hương bay trong đền.
  Miếu-thần thấy sớ đốt lên,
Bàn mấy bộ hạ sự duyên gót đầu.
  Vua Trang thành kính kêu cầu,
Lập đàn chai giới mong hầu có thai.
  Hóa sinh cho đáng kiếp người,
Thử xem thượng-giới có ai chẳng là?
  Mắt thần thiên lý trông ra,
Ở bên Thừa-lĩnh có nhà họ Thi.
  Ba đời phúc đức ai bì,
Đến ông Trưởng-giả lòng thì càng nhân.
  Chẳng tham phú quí phù vân,
Một niềm hiều thiện xa gần đều khen
  Sinh được ba con điều hiền,
Thi-Văn, Thi-Phả là tên đó mà.

Rất hiền là con thứ ba,
Nhân đức hiền hòa hơn cả hai anh.
Ở hiền sao chẳng gặp lành ?
Nhân vì một nỗi cháy thành vạ lây.
Vì ngươi Vương-Cật tai bay,
Nó ở nơi khác vốn giầy đứa gian.
Nó thường quấy chốn hà-san,
Binh giời đánh nó tồi tàn chẳng dung.
Cùng đường vào lậy Thi ông
Ông thấy đói khát trạnh lòng cho ăn.
Ba con đã can ông rằng :
Nó là trộm cướp cho gần chẳng nên.
Binh giời đã rẹp có yên.
Mà ta dung lấy nữa phiền lụy chăng.
Vương-Cật đương lúc hung hăng,
Rồ ra ngoài rừng, vào phá nho gia.
Giết người, lấy của, đốt nhà,
Trăm họ tử khí hơi dà xung thiên.
Ngọc-hoàng phán hỏi sự duyên,
Trách họ Thi ở nhân hiền để đâu ?
Gần nhau mà chẳng cứu nhau,
Để cho trăm họ âu xầu vì ai ?
Truyền bắt Thi thị ba giai.
Truyền vào trong đồng bỏ giải chẳng tha.
Ấy sự con ông Thi-gia,
Xin thần xét lại tâu qua Thiên-đình.

Cho ba người ấy dáng sinh,
Thì Trang-vương cũng được đành đội ơn
Lúc ấy có Tây-nhạc thần,
Mới lên tâu ở trước sân Ngọc-hoàng
Tâu rằng hạ-giới Trang-vương,
Thành tâm sớ điệp lập đàn cầu thai
Nhà Thi-thị có ba giai.
Vốn dòng tích phúc xưa nay phú hào,
Vì chưng chẳng biết cứu nhau,
Tai bay vạ gió, tình đầu nên thương
Dám xin xét lại tỏ tường,
Rộng tha lỗi ấy mở đường đầu thai
Trước cho Trang Vương giải đời,
Sau cho cứu độ những loài chúng sinh
Ngọc-hoàng mấy phán phân minh,
Truyền thần vào động lịnh hành tha ra
Chuyển giai làm gái cả ba,
Tam hồn cửu phách đợi mà thác sinh
Trang-Vương vốn ở chẳng lành,
Nhưng có lòng thành ước cũng được nên
Cơ mầu chuyển động tự nhiên,
Chính-cung Hoàng-hậu mới liền thụ thai
Lòng vua mừng rỡ hôm mai,
Ơn thần cảm ứng chẳng sai đâu là
No ngày kết tứ khai hoa,
Được một công-chúa tên là Diệu-Thanh

Lòng vua nhường có bất bình,
Rằng: sinh con gái thì sinh làm gì ?
Năm sau thai dựng đến kỳ,
Nghĩ được Hoàng tử ắt thì vui thay !
Chẳng ngờ mãn tháng no ngày,
Lại sinh gái nữa toan giầy giết đi.
Triều thần can gián một khi,
Tha cho mới đặt tên thì Diệu-Âm
Mưa qua gió lại âm thầm,
Chính-cung mừng lại tin nhắm có thai.
Trong cung nức những hương giời,
Hào-quang sáng khắp trong ngoài cung vi !
Lòng vua bao xiết hoan hùy !
Kỳ này hẳn khác hơn kỳ năm xưa.
Hẳn sinh Hoàng-tử chẳng ngờ,
Không sao điềm tốt bây giờ thấy ra.
Thoi đưa tháng lại, ngày qua,
Lại sinh công-chúa mặn mà tốt tươi.
Đào trên mây, hạnh trên giời,
Cổ cao ba ngấn, miệng cười trăm hoa.
Vẻ thanh ; trong ngọc trắng ngà,
Giăng tròn nét mặt, núi xa dạng mày,
Ngắm xem cốt cách ai tầy.
Bụi trần chẳng có mầy may chút nào,
Sắc tuy khác vẻ thanh tao,
Nhưng mà đoan chính trông vào nghiêm trang

Tuổi thơ mà đã khác thường.
Ai ai cũng kính tiên-nương dưới trần.
  Lòng vua thêm lại tần ngần.
Nghe xinh công-chúa mười phần chẳng trơi.
  Phán rằng : tuổi ngoại năm mươi,
Chẳng được hoàng tử lấy ai nối vì?
  Sinh ba con gái làm chi,
Sự bất đắc dĩ rồi thì làm sao ?
  Triệu-Chấn đặt gối tâu vào :
Cơ giời định thế người nào có hay.
  Nhưng xem sách chép xưa nay :
Vua Nghiêu nhường vị Thuấn nay nối quyền,
  Thuấn trao cho Vũ người hiền,
Truyện trong thanh-sử còn truyền lưu thông.
  Dám xin thánh-đế yên lòng.
Nuôi ba công-chúa đề mong trưởng thành.
  Kén tài phò-mã uy-linh,
Thay quyền thái-tử nối ngành tổ tiên,
  Vua nghe nên bớt lòng phiền,
Ban cho thị-nữ giữ gìn chúa ba.
  Cõi-trần mà có Hằng-nga,
Khỏi vòng trứng nước thoát đà cả khốn;
  Êm đềm trong chốn khuê môn,
Lạ thay tình tính dung ngôn khác người
  Không trang điểm, chẳng chơi bời
An chay, niệm phật, nói nhời từ-bi.

chúa-bà ai kẻ biết chi!
Thân thì trần thế, lòng thì phật tiên.
Có hôm ra chốn Xuân-viên,
Theo cùng hai chị vui miền thưởng hoa.
Diệu Thanh công-chúa nói ra,
Chúng ta đội đức mẹ cha nhường này.
Thanh nhàn vô sự vui thay !
Kẻ thường ví được thế này cho chăng ?
Diệu-Âm công-chúa tiếp rằng :
Một mai khôn nhớn định chưng vợ chồng
Ấy giờ cách trở tây đông,
Dễ ta hầu được ở cùng nhau chăng?
Chúa bà chẳng nói chẳng rằng :
Trông huê rồi lại tần ngần với huê.
Thấy em chẳng nói chẳng hề,
Hai chị mấy hỏi tỉ tê sự lòng.
Thưa rằng : sắc vẫn như không,
Thử xuy giấc mộng ngẫm trông người dời.
Đua danh, đua lợi tơi bời,
Như đem chò dối làm chơi là thường.
Dù ba mươi sáu tàn vàng,
Tuổi vừa ba vạn sáu ngàn ngày thôi
Huống chi kẻ tục trần-ai,
Lại có luân hồi mấy kiếp nên thương.
Phu thê là đạo cương thường.
Trăm năm chung được chén vàng mãi du :

Nghĩ ra nên cũng buồn dù !
Sao bằng mượn cảnh mà tu lấy mình.
   May ra siêu thoát tử sinh,
Yên thân nước-phật vui hình cõi-tiên
   Trên thời báo đức sinh-nên,
Mai sau lại ở tòa-sen đời đời.
   Giữa thì tế độ cho người,
Dưới những quỉ-loài cứu lấy nơi nơi
   Nói năng chưa kịp hết nhời,
Đức vua có lịnh truyền đòi ba con
   Rằng : giầy công-chúa nhớn khôn,
Toan bề gia-thất lại còn đợi chi ?
   Bấy giờ hai chị tâu quì,
Vua cha định liệu vậy thì con vâng,
   Thấy con tâu vậy vui mừng,
Định hai phò-mã kén chưng triều thần.
   Trạng-nguyên họ triệu quan-văn,
Gả bà chúa nhất đành phần truyền gia.
   Lại có quan-vũ họ Hà,
Hay nghề cung kiếm gả bà chúa-hai.
   Hai chàng tín dụng hôm mai,
Kẻ cung-đông kẻ cung-đoai ở riêng,
   Ra vào chầu trực mấy niên,
Đức Trang-vương đã tuổi liền sáu mươi
   Mặt rồng khi ấy tốt tươi,
Làm yến hạ-thọ cho mời trăm quan.

Vua tôi hợp mặt đoàn loan,
Phò-mã công-chúa tả ban trầu gần.
Trên mừng trên chúc mấy tuần,
Đức vua vui uống có phần quá say.
Ngự vào nằm nghỉ bấy chầy,
Trăm quan lậy tạ chia tay lui về.
Giấc rồng tỉnh lại ban khuya,
Hỏi hai phò-mã nay thì trầu đâu ?
Ai ngờ về phủ đã lâu,
Giọt đồng hồ điểm ban đầu trống ba.
Lôi đình vua mới mắng ra,
Rằng : cho quyền bính để mà cậy trông,
Hôm mai trầu trực đền rồng,
Bên tả bên hữu đề phòng chẳng ly
Có đâu đêm hãy còn khuya,
Ta say chưa tỉnh bỏ về chẳng coi.
Giang-sơn này phó cho người,
Thứ ba phò-mã được tài trăm trao.
Tức thì mời Hoàng hậu vào,
Sự con, sự dễ tiêu hao giãi bày.
Hoàng-hậu nghe phán mới hay,
Tâu: Chúa-ba giầy, tuổi cũng đã nên.
Kén dùng may được rể hiền,
Để sau xem sóc cho yên nghiệp nhà.
Đức Trang truyền chỉ phán ra,
Giấy đòi công-chúa thứ ba vào trầu.

Chúa ba vâng lệnh lên hầu,
Đức vua mới phán trước sau sự tình.
  Ba con tuổi đã trưởng thành,
Hai chị con đã yên lành thất gia.
  Hiềm vì sự yến hôm qua,
Việc nước, việc nhà đành để con xem.
  Trong triều văn vũ hai bên,
Mặc lòng đẹp ý đâu nên cha dùng.
  Quyền-cao trức trọng cha phong,
Cũng nào hoàng-tử để phòng mai sau.
  Chúa-ba đứng lặng giờ lâu,
Từ nghe cha giậy lòng xầu sót xa.
  Cúi đầu lậy trước thềm hoa,
Tâu rằng: con đội Đức-cha sinh thành,
  Nói sao nghe vậy mới đành,
Nhẽ đâu con dám chái tình mẹ cha
  Nhưng sao con khác người ta,
Bẩm sinh từ thuở sinh ra đến giầy,
  Ghi tin đạo phật đêm ngày,
Thấy đường gia thất lòng nầy những nhưng
  Vua nghe cả tiếng mắng rằng:
Con đâu quái gở nói năng lạ lùng,
  Ta làm vua chúa đền rồng,
Rất tôn nghiêm cấm là trong lâu-đài,
  Con đâu mà để ra ngoài,
Đi theo sãi vãi giọng giài xấu xa,

Chúa-ba lại lạy tâu qua,
Lầu loan gác phượng ai mà chẳng yêu
Chân-châu ai chẳng muốn nhiều,
Phu thê ai cũng dập dìu đoàn viên!
Song lòng con vốn tự nhiên.
Xuất gia chỉ giốc một niềm mà thôi!
Cũng vì tư bẩm tính giời,
Xin đừng ép uổng lòng tôi làm gì.
Đức vua thêm dận một khi,
Như xấm như sét ai thì chẳng kinh !
Chúa-ba lại lạy, lại trình,
Xin xét tấm tình kẻo mệt thánh cung!
Cha thương dù cố ép lòng,
Thời con xin lấy kẻ giòng lương-y.
Vua rằng: văn vũ thiếu gì,
Mình châu vóc ngọc sánh chi kẻ thường?
Tâu rằng: kẻ ấy tuy thường.
Có bề cứu thế có đường độ dân,
Vua nghe nổi dận trăm phần,
Bắt đem đầy đọa ra chưng sau vườn,
Chúa-bà từ ấy cảm thương,
Nghĩ đem điều hiếu suy lường mà coi.
Thuận cha được một bề thôi,
Trăm năm đầa lúc sau rồi nào hay.
Tưởng cha sát phạt đã đầy.
Mai sau vào kiếp luân-hồi ai lo?

Mắt trần nào đã thấy cho,
Lòng trần báng bổ dễ hồ có tin;
Thôi thôi giốc một lòng nguyền,
Đành thân chịu khổ giữ bên thuyền dà;
Thân này thành phật may ra.
Họ nước, họ nhà thì mới có phương;
Giữ chi hiếu nhỏ tầm thường,
Giữ điều biếu nhớn rõ ràng báo ân.
Càng xem nghiệp chướng cõi trần,
Càng say đạo phật muôn phần chẳng khuây;
Sau vườn ở đó đêm ngày,
Trông sao, trông tuyết, trông mây một mình;
Một mình niệm phật tụng kinh,
Gió thanh là quạt, giăng thanh là đèn;
Cũng mừng khỏi chốn trần duyên.
Ở đây càng được tinh chuyên kéo còn,
Đêm ngày Hoàng-hậu bỗn trều,
Nhớ con vắng vẻ thương con âm thầm,
Truyền hai thị-nữ ra thăm.
Nơi ăn, nơi ở nơi nằm làm sao?
Hai người đã dở bước vào,
Khuyên rõ Đức-chúa thấp cao sự lòng;
Phú son gác tía lầu hồng.
Nỡ ản sao chẳng ở bạn cùng tố hoa?
Chúa-bà tỉnh thức dậy ra,
Tao ưa thanh vắng, chẳng ưa lầu đài.

Càng nhiều chầu chực gối giai,
Càng nhiều phiền não luân-hồi khổ thân.
Chữ rằng : nhật nhật tu nhân,
Mấy kiếp phong trần giũ sạch như không
Tao từ khỏi chốn bụi hồng,
Như khỏi địa-ngục, lên vòng thiên cung.
Bạn cùng gió mát giăng trong,
Tự tại mặc lòng kẻo lụy trần-ai.
Nói thôi ngửa mặt khấn giời,
Chứng minh xin chớ để xai lòng này,
Thoát thôi Thị-nữ lui giẫy,
Tâu bà Hoàng-hậu nhời ngay rạch rồi
Hai tôi giỗ đã hết nhời,
Khăng khăng chúa quyết say nơi đạo-thuyền
Thưa đi, thưa lại, cần quyền,
Chúa chỉ một riềm kinh giáo xay mê
Hoàng hậu nét mặt ủ ê,
Thương con mà luống nằn nỉ cho con.
Hẹp chi gác tía lầu son,
Liễu đào thơ yếu nước non dãi dầu
Vừa than vừa thở giờ lâu,
Xảy nghe ngự giá lui chầu về cung.
Lên chầu tâu trước ngai-ông,
Rằng: nay Cửu-trùng sao sắc kém tươi ?
Việc gì phá bảo trúng tôi,
Vâng biết mọi nhời kẻo để lo âu.

Rằng: đây Công-chúa đã là

Nhớ con trăm những âu xầu chẳng yên.

Hoàng-hậu qui xuống tâu lên,

Con thơ giọt giọt dám xin thứ tình.

Bây giờ xe giá phát hành,

Cùng bà Hoàng-hậu giạo quanh sau vườn,

Chúa bà từ tạ đinh ninh,

Con xin tu hành ở chốn hậu viên,

Hoàng-hậu lăn khóc một bên,

Thế thì bác mẹ chẳng yên được nào,

Chúa qui ren rén thưa vào,

Lòng con chỉ nguyện ước ao chiền đài,

Nguyên vì cõi phật lâu xa,

Trần-ai sống mấy mươi mà chẳng tu,

Vì tham danh lợi chanh đua,

Sau đến Minh-đô biết thủa nào lên

Đức vua nén giận mà khuyên,

Rằng: con sao nỡ để phiền cho cha?

Công trình khó nhọc sinh ra,

Nuôi con mong để tuổi già cậy trông,

Bây giờ bỏ chốn lầu hồng,

Cha khuyên, mẹ rõ quyết lòng đi tu,

Hay gì sãi vãi ở chùa,

Rau dưa khổ hạnh bo bo tháng ngày,

Như con có thiếu chi nay

Mà con lại phải đọa đầy thế sao?

Thoát thôi hai kiệu về lầu,
Lại thấy hai chị đến sau rỏ rành;
  Từ em giam cấm một mình,
Hai chị thảm thiết tâm tình lắm thay,
  Em về chớ có ở đây,
Kẻo cha giết mất mà giầy chị thương.
  Thưa rằng: sinh tử là thường,
Dẫu có nghìn vàng dễ đổi được vay.
  Em xin tu ở chốn này,
Hai chị về giầy trầu trực trong cung.
  Thấy em nói chẳng truyền lòng,
Nặng nhời thét mắng đùng đùng một khi.
  Chúa thấy hai chị chẳng vì
Thưa rằng tớt dặn làm chi nhọc lòng.
  Thân đồng như bụng chẳng đồng,
Rám xin hai chị rộng dung mặc dầu,
  Bãy giờ hai chị về lầu,
Tâu mấy Hoàng- ậu trước sau sự lồng,
  Hoàng-hậu lên tầu ngai-rồng,
Vua sai thị nữ nội cung bắt đòi.
  Thị-nữ vâng lịnh tới nơi,
Tâu chúa mọi nhời xin chúa tạm nghe.
  Nhược bằng chúa chỉ say mê,
Chúng tôi mạn phép bắt về chẳng tha!
  Chúa-ba thật chực mắng la,
Đã hay vâng phép vua cha truyền đòi.

Dẫu sao ông tử vô nhời,
Chúng bay sao dám nói nhời tục quê
Chẳng về bay bắt lời về,
Tao có tội gì ? bay nói cho ra ;
Tao nhân một việc xuất gia,
Ở đây vì có lịnh cha bắt đầy.
Thị-nữ thấy nói khôn lay,
Đặt ra một chước, nói ngay một bài,
Chốn này vắng vẻ hôm mai,
Tu hành giữ được lâu dài mãi sao ?
Có chùa Bạch-tước cảnh mầu.
Năm trăm tăng-đạo bấy lâu chủ chì,
Vua phán chúa-bà rở về,
Tu đấy có bà, hơn chốn hậu viên,
Chúa-bà mới giải lòng phiền,
Hỏi vua cha có phán truyền thề chăng ?
Phỏng như nhời có thực rằng.
Thề thì như nguyện cũng bằng lên tiên.
Thị-nữ giở lại trong đền,
Tâu đức Hoàng-hậu gửi liền ngự hay.
Chúng tôi khuyên rỗ cả ngày,
Chúa tôi cũng chẳng chút lay tấm lòng
Chúng tôi đặt chước nói cùng,
Rằng : lịnh đòi rồng cho chúa đi tu,
Xin chúa hãy giở về cho,
Để sang chùa Tước mà tu đông người.

Chúa tôi mày nói mấy đười,
Rằng: được như nhời, mấy thỏa lòng xưa,
Ây là chúng tôi chước lừa,
Xin đem sau trước trình thưa giãi bày.
Đức vua mới phán rằng bay:
Đặt chước ra giấy, phải dụng chước chăng
Truyền đòi chúa Tước chúng tăng,
Rằng: mai công-chúa đến chưng chúa mày.
Rỗ về cho được chớ chầy!
Không thì tao giết chúng mày chẳng tha.
Nói rồi mới sai người ra,
Dước lấy Công-chúa về tòa kim-lâu.
Bước vào vọng bái khấu đầu,
Vua cha nhìn mặt giờ lâu mới truyền.
Rằng: con đã đắm đạo-thuyền,
Cho ra chùa Tước theo miền tăng ni.
Tạ từ chúa mới ra đi,
Hai chị cầm lại một khi chẳng đời.
Các quan văn vũ trong ngoài,
Cùng đưa đức-chúa mọi người mọi than
Chúa từ văn vũ các quan,
Xin đem quân lại chớ phiền quân đi.
Tạ lòng xin các quan về,
Chấp lấy nhân-chính phù chì thánh-cung
Trăm quan thưa một nhời chung,
Xin chúa rở lại đành lòng thần dân.

Nhớ xưa nhời giậy Thánh-nhân,
Thuận thân là đạo nghịch thân là tà.
Lòng thành chẳng lọ xuất gia,
Trong cung thờ phật cũng là chân tu.
Ra ngoài những kẻ phàm phu,
Lấy điều cợt riễu ô đồ khó nghe.
Chúa rằng: mời các quan về,
Cõi-trần nào đã biết chi mà rằng:
Nói thôi chúa kíp dời chân,
Trông chùa Bạch-tước đến gần tự-biên.
Lao sao tăng chúng mách tin,
Ấy bà Công-chúa vua truyền hôm xưa.
Nể người ta chẳng tận từ,
Vua bắt làm tội bấy giờ chẳng dung.
Bèn mời Công-chúa vào trong,
Trình kể sự lòng, sau trước chúa hay.
Chúng tôi khổ hạnh ở đây,
Ăn mày lộc phật một ngày một lưng.
Chúa-bà quí giá ai bằng,
Làm chi sãi vãi danh xưng thô cười.
Chúa-bà giậy lại mấy nhời:
Giầu sang há chẳng luân hồi vậy vay?
Chúng tăng cứ thực trình bầy,
Đức-vua có lịnh truyền giầy chúng tôi.
Rõ cho chúa phải kíp hồi,
Không sẽ giết người, chùa đốt ra gio!

Chúa rằng: chẳng phải phiền lo,
Tử sinh hữu mạnh, biết hồ làm sao !
Chúng tăng thấy nói chẳng vào,
Thác tử cắt việc cho nao tấm lòng.
Hễ đã ở chốn trú phòng,
Muối dưa, gánh nước, mấy cũng thời cơn
Đốt hương quét tước dà-lam,
Dã gạo, bồ củi việc làm luôn tay.
Bữa ăn đủ năm trăm thầy,
Gióng chuông, dung chồng không ngày nào
Chúa-bà thấy nói mừng rằng: [dưng.
Hữu thân, hữu khổ nhẽ hẳng thế-gian.
Ta đà vào chốn thuyền-quan,
Chỉ mong đặc đạo há toan tiếc mình.
Nói thôi vào trước tỉnh-đình,
Trắp tay lậy phật tụng kinh tham-thuyền.
Bao nhiêu công việc chùa chiền,
Một mình gánh vác chuân chuyên chẳng nài
Lòng thành động đền thiên-đài,
Ngọc-hoàng phán nhời: Thái-bạch kim-tinh.
Rằng: có Công-chúa tu hành,
Một ngày trăm việc thấy tình mà thương.
Lịnh truyền Thần-tướng Thần-vương,
Giúp việc công-chúa giữ gi àng sớm khuya
Rồng thì tuôn nước đến kề,
Hùm thì hái củi, chim thì nhặt rau.

Thổ-địa thì quét trước sau,
Lục-đinh thần-tướng đứng hầu đốt hương.
Quân tiên oản, quả, trà thang,
Kẻ chuông người chồng mọi đường chia nhau
Phép giời dúp chúa nhiệm mầu,
Trăm việc một khắc ai hầu chẳng kinh.
Dủ nhau vào tâu triều-đình,
Kẻo e rồi lụy đến mình khốn thay!
Đức Trang thấy sự tâu bầy,
Lôi đình thét mắng chúng bay a tòng
Lịnh sai lực sĩ đùng đùng,
Đốt chùa giết hết mọi phòng tăng-ni.
Tăng-ni lăn khóc như ri,
Bởi vì chúa đến nỗi ni đoạn trường.
Chúa-bà kêu lạy bốn phương,
Vì tôi để vạ cho vương đến người.
Mười phương phật, chín phương giời.
Hoàng-thiên, hậu thổ chứng nhời cho không
Cầm giao cắt máu ròng ròng.
Lạy rồi đem máu dảy tung lên giời.
Tự nhiên truyền động mọi nơi,
Sấm dan, mưa xuống khắp nơi chùa chiền.
Gió êm lửa tắt tự nhiên,
Ai cũng khen chúa phép tiên lạ lùng!
Lực-sĩ thấy sự hãi hùng.
Vội về tâu mấy cửu-trùng ngự hay.

Phán rằng: bắt chúa về đây,
Chẳng về thì bắt giết ngay chẳng vì.
  Hoàng-hậu xin khất một khi,
Tôi xin đặt chước họa thì phải nghe.
  Đem ra kỷ-nhạc trăm nghề,
Rồ bảo chẳng về, hẳn giết chẳng chơi
  Ai ngờ lòng sắt khôn dời.
Tiệc bày mặc tiệc, tu thời vẫn tu,
  Bấy giờ có lịnh đức-vua,
Truyền bắt làm tội trong tù giết ngay
  Pháp quan vâng lịnh dám chầy,
Đem ra tràng-pháp toan ngay ra hình.
  Thấy tin hoàng-hậu bộ hành,
Ôm con lăn khóc vật mình dời ahea,
  Một giây vua đã biết tin,
Lại phán chỉ chuyền, tha giết đi cho
  Đem về cho ở ngục-u,
Lãnh cung chốn ấy dồ cho thảm phiền,
  Dẫn ra vua lại nói khuyên,
Đức chúa càng phiền, quỳ lạy tâu qua:
  Đã hay đạo mẹ đức cha,
Giời cao, bể rộng báo đà xứng chưa?
  Nhưng tôi khổ hạnh bây giờ,
Mai sau cha mẹ được nhờ độ siêu.
  Bởi vì nghiệp chướng đã nhiều,
Chẳng tai bề khổ, cũng nghèo sông mê.

Vua nghe nỗi dận trăm bề,
Lại truyền lực-sĩ đem đi gia hình.
  Bây giờ thổ địa, thần linh,
Ở lãnh-cung đền thiên đình tâu lên.
  Ngọc-hoàng thượng-đế phán truyền.
Sai chư thần xuống bốn bên hộ trì.
  Rằng : là Bồ-tát xưa kia,
Thác sinh Hạ-giới phen ni   hải nàn.
  Chư thần mau xuống chớ khoan,
Hễ thấy có giết kíp toan cứu người,
  Canh năm vừa mới dạng giời,
Lực sĩ áp giải đến nơi pháp-trường,
  Chúa-bà nhan sắc như thường,
Nghĩ lòng lên được thiên-đường từ đẩy.
  Quân quan hươm giáo sắp đầy,
Bỗng đâu cơn gió thổi ngay đùng đùng.
  Tối tăm giời đất mịt mùng,
Hào quang sáng khắp cả trong tràng hình.
  Hươm đao chẳng phạm đến mình,
Pháp quan thấy thế tâu trình căn duyên.
  Vua trang lại có lịnh truyền,
Không trảm thì bảo giết liền xem sao,
  Quan quân áp đến ồn ào,
Bỗng đâu mãnh-hồ nhảy vào tha đi ?
  Các quan tâu vua một khi,
Vua rằng : giời đã dong gì kẻ gian,

Hổ tha vào chồn rừng hoang,
Đức-chúa mơ màng như giấc chiêm bao.
Chẳng hay đây là nơi nao ?
Biết ai mà hỏi lối vào đường ra,
Bàng hoàng phách nguyệt hồn hoa,
Thấy Thanh-y sứ đến mà hỏi han.
Tay cầm bảo cái, kỳ phan,
Hào-quang sáng khắp mọi ngàn dưới trên.
Trình có Gêm-vương lịnh truyền,
Giậy mời đức-chúa về đến phong-đô.
Qua mười tám cửa ngục tù,
Hỏi đây là chốn dứa mô, tên gì ?
Thưa rằng : Địa-phủ âm ti,
Chúa mới ngẫm lại một khi sự lòng.
Hẳn ta chẳng chịu lấy chồng,
Vua cha đem giết thác trong chồn này.
Sứ rằng : chẳng phải vậy vay,
Mười vua thập-điện dước ngài xuống chơi.
Xin mời ngài hãy tới nơi,
Lại về Dương thế nay mai chẳng chi.
Chúa theo sứ-giả liền đi.
Mười tám cửa ngục một khi tưng bừng,
Những quân canh ngục vui mừng,
Đầu trâu đón dước dăng dăng hai hàng.
Chúa trông vào chốn ngục đường,
Gió tanh hơi thấu đến xương lạnh lùng

Những quân canh ngục vui mừng,
Đầu trâu đón rước dăng dăng hai hàng.
  Chúa trống vào chốn ngục đường,
Gió tanh, hơi thấu đến xương lạnh lùng !
  Tối tăm ngày cũng mịt mù,
Quân tù eo óc đứa trong đứa ngoài.
  Chúa mới hỏi sứ từng nhời:
Chẳng hay tội nghiệp những người ấy sao!
  Thanh-y giẫn lại thấp cao
Tội gì cũng có siết bao ngục-tù.
  Kìa ngục đem ném vạc giầu,
Sác người dừ nát từ đầu đến chân.
  Dưới thời lửa đốt cháy dan,
Giầu sôi, người khóc muôn vàn khổ thay.
  Vì trên trần-thế tội giầy,
Trong lòng hiểm độc xấu cay quá chừng
  Bạo nghịch thiên-địa thánh-thần,
Phật-tiền, tổ khảo quân-thân mấy thầy.
  Kìa ngục huyết-hồ gớm thay,
Hồ sâu những máu tanh nay lạnh lùng.
  Bắt đem ấn đầu vào trong,
Thò lên rắn, rết, thuồng luồng cắn ngay,
  Bởi vì chút bỏ bào thai,
Gian giâm bắt tội cả hai đứa cùng.
  Kìa ngục nằm trên bàn trông,
Chông là chông sắt nghĩ chông tối tân.

Ngục kiềm thụ, ngục đao san,
Hươm giao từng đống như ngàn núi kia
Vất lên da thịt còn gì !
Bởi vì người ấy bất nghì, bất nhân,
Rủ rê lừa lọc ngu-dân,
Để cho đến nổi mất thân mất nhà.
Triết-kiều là ngục đầu hà,
Quỉ-sứ đánh bắt cho xa xuống cầu?
Cầu cao xa xuống sông xâu,
Chó đồng rắn sắt cắn đầu cắn hông?
Bởi vì lấp giềng ngăn sông,
Phá việc vợ chồng, hoại kẻ công danh
Kìa bàn và sắt, quỉ-binh,
Là ngục chửi chị, chửi anh, chửi chồng?
Bầu tâm là ngục moi lòng,
Những đứa bất hiếu, bất trung vô loài?
Ngục đấm cối, ngục dăng tay.
Vì phỉ của giời bỏ giấy chữ kinh?
Cho nên cối giã sình sình,
Dăng hai tay đóng những đanh sắt vào
Kìa ngục bạt-thiệt lạ sao?
Cầm kìm lôi lưỡi máu rào mà kinh !
Bởi vì miệng lưỡi co quanh,
Đảo điên đơm đặt làm khuynh hãm người
Kìa ngục hay nói rối đời,
Quỉ đứng và miệng, quỉ ngồi bẻ răng

Nào ai giỏ lưới, bẫy sản,
Hay giết trâu lợn, hay ăn thịt cầy.
    Có ngục ác thú một bầy,
Hồ-lang, ưng-khuyển cắn ngay ruột già.
    Sẻ lửa là ngục hỏa-xa,
Quay đi quay lại thịt da tan tành.
    Bởi vì cậy thế cậy mình,
Hiếp kẻ cô-quả cướp chanh ruộng vườn,
    Cột đồng là ngục đốt than,
Mấy tay chức-dịch tham tàn phải ôm.
    Kìa ngục rắn hổ, rắn dun,
Quân người hút máu lại phun mặt người
    Bởi vì bầy, mọc, chê, bai,
Ghen tuông người nọ, giông giài sự kia.
    Còn như thân-thích thì lìa,
Thấy kẻ đói khát chút gì chẳng cho.
    Tham tài giữ lợi bo bo,
Kẻ cùng, kẻ bệnh, kẻ phù chẳng thương.
    Xiết bao khoảnh, độc thiên ương,
Những các người ấy phải mang ngục này.
    Sẻ cưa dựng ngược gớm thay !
Đem đá ném xuống thân thây tan tành.
    Ấy là các cửa ngục-hình,
Điều vì thất đức tại mình biết sao.
    Lòng trần tưởng chẳng chi nào
Ai hay quả báo khi vào âm- ti.

Lại xem một ngục A-tỳ,
Mấy từng chồng sắt đen sì tối tăm.
Ngục này là ngục tội thâm,
Biết mấy hình rặng dưới âm mà rằng.
Là người làm hại quân thân,
Làm hại thiên-hạ muôn dân lắm người.
Mấy người sâu sắc nước đời,
Đã được hóa kiếp chẳng dời ác tâm.
Cơ thâm thì tội cũng thâm,
Ác hữu ác báo chẳng nhằm chút nao.
Rối người rồi được giời nào,
Giới thần vua Táo soi vào con tim.
Dương-gian chết có một phen,
Phép âm bắt mãi chết liền sống ngay.
Làm cho thảm thiết đọa đầy,
Cho bõ lại ngày, ác nghiệp Dương-gian
Chúa bà thấy nói thở than,
Chẳng đành con mắt, chẳng an tấm lòng
Ước sao tù ngục vắng không.
Bao nhiêu tội chúng sạch trong làu làu.
Bỗng chốc ba người đến sau,
Sụt sùi khóc lóc cúi đầu trình thưa.
Bởi vì chùa Tước ngày xưa,
Can liên sự chúa bây giờ xuống đây.
Chúa-bà nghe nói thương thay!
Gửi xin Diêm phủ tha ngay ba người,

Ba người đã được lên đời,
Thanh y giẫn chúa chân dời giờ lâu.
  Lại mời đến chốn kim cầu,
Chàng phan bảo cái trước sau ngất đương.
  Dưới trên gấm nhiễu phố chương,
Rồng vàng, mây đỏ bốn phương trầu vào.
  Chúa nghe tiếng nhạc sôn sao,
Lại nghe tù khóc lào sào nơi xa.
  Thanh y giẫn lại trình qua,
Có phúc: đàn sáo sinh ca đãi đồng.
  Vô phúc: giẫn vào ngục trung,
Phủ việt giùi đồng khảo đánh giam tra.
  Chúa nghe nhời nói sót sa!
Cảm thương trong bụng kêu ca thên-đình.
  Khấn cầu truyền chú niệm kinh,
Ngọc-hoàng cảm động lòng thành tự nhiên.
  Bảo hoa bay khắp bốn bên,
Hào quang sáng suốt dưới trên ngục thành.
  Gông cùm rơi rụng tan tành,
Bao nhiêu tù rạc nhẹ mình tỉnh ra.
  Thoát trốc vua Thập điện qua,
Chào hỏi; Chúa bà, Dương thế xuống chơi?
  Chúa bà rằng: giã ơn người,
Nhọc phiền bệ hạ tới nơi làm gì?
  Vua rằng; nghe đức Từ bi,
Mở lòng thương sót độ trì chúng sinh.

Khắp mười tám cửa ngục hình,
Một giờ đại sả siêu sinh từ dày.
    Thực là đắc đạo linh thay,
Truyền trong Địa ngục lên ngay Thiên đàng
    Phán đem bảo cái tàn vàng,
Hai mươi bốn cặp rỡ ràng bày ra.
    Sáu Tào đưa tiểu Chúa bà,
Đến sông Nại hà, rồi mới chia tay.
    Chúa bà hồn phách tỉnh ngay,
Vẫn còn ngọc thể như ngày giáng sinh.
    Trông ra rừng rú một mình,
Biết đâu có chốn am thanh nương nhờ.
    Dương khí phảng phất bơ vơ
Thấy một người lạ lẳng lơ đến gần,
    Hỏi rằng phải Công chúa chăng ?
Ta kết phu phụ đạo hằng ở đây !
    Chúa rằng: nói lạ. lùng thay !
Xuất gia đệ-tử thân này xem không,
    Mới rồi qua địa-phủ-cung,
Thấy sự hãi hùng quả báo ghê thay !
    Thôi đừng nói bậy làm vầy,
Đã quyết lòng này như sắt nấu nung,
    Chúa bà lòng chỉ biết lòng,
Nào ngờ người ấy cũng không thương mà !
    Ai hay là phật Thích-ca,
Ướm xem lòng chúa có đà kiên chăng "

Thấy chúa một mực nói năng,
Ngài mới khen rằng : lòng đạo kiên thay.
Ta là Phật-tổ Như-lai,
Thầy kẻ có đạo ướm chơi thiệt tình.
Chúa-bà vừa tạ vừa kinh,
Rằng : tôi nhục nhỡn ngài đành xá cho.
Đức phật lại chỉ đường tu,
Rằng : có một chùa ở Hương-tích sơn.
Gần bề Nam việt thanh nhàn,
Sang tu chốn ấy sẽ toàn viên thành.
Chúa bà lạy bạch chân tình,
Bụng đói, miệng khát bộ hành làm sao
Đức phật lại cho quả đào,
Giậy rằng : ăn vào bất diệt bất sinh.
Lậy từ chúa mới bộ hành,
Xa sôi rừng rú một mình gian chuân.
Thái bạch sai Hương tích thần,
Hóa hình lốt hổ đưa chân cho người.
Hổ vừa nhầy tót đến nơi,
Chúa mới lạy giời mà khấn nguyền ra.
Như tôi ở có lòng tà,
Bội nghịch bất hiếu xin sa miệng hầm.
Hổ liền quỳ xuống trình rằng :
Tôi chẳng phải hổ xin đừng ngại chi.
Tôi là thần núi Hương kia,
Vâng nhời Thái bạch sai đi dẫn đường

Chúa liền theo bước đi sang,
Trèo đèo qua suối đến Hương tích chùa.
Núi cao chân ngất mịt mù,
Am thanh, cảnh vắng, bốn mùa cổ cây.
Trên thì năm sáu từng mây,
Dưới thì bề nước trông đầy như gương.
Cá chim chầu lại Tỉnh đường,
Hạc thường tiến quả, hươu thường giâng hoa
Một mình tu núi Phả đà
Thân là thân phật, cảnh là cảnh tiên.
Tu hành đã được chín niên,
Bao nhiêu phép phật, phép tiên vào lòng.
Bấy giờ Tam Phủ công đồng,
Hộ thành quả phúc phán trong linh truyền.
Chư phật Bồ tát dưới trên,
Thần binh, Thần tướng thiên thiên vàn vàn.
Động nguyên Hải nhạc Linh quan,
Ngũ lôi, thần tướng, thành hoàng, xã lí.
Điều ra tới trước lậy quì
Xin tôn Đức chúa lên vì Tòa sen.
Thần thông biến hoá tự nhiên,
Một thân hoá được ra nghìn muôn thân.
Mắt trông khắp hết cõi trần,
Lắng tai nghe thấu xa gần bốn bên.
Chúa đà thành Phật thành tiên.
Còn một chút hiềm đồ đệ chưa ai,

Thổ-thần trình có Thiện-tài,
Ở dưới Hạ-giới vốn ngườ Duyệt châu.
Mẹ cha khuất mặt đã lâu,
Trẻ có trí mầu, lánh tục xuất gia.
Phật-Bà giậy đem nó ra,
Hỏi căn-nguyên, hỏi kinh-khoa một bài.
Bèn cho tạm ở mái ngoài
Thử xem giới hạnh Thiện-tài làm sao ?
Ngài đòi các tướng-thần vào,
Giặn rằng: giả cách ồn ào kiếp nhân.
Nửa đêm áp đến ngoài sân,
Ngài cùng giả cách ngã lăn hãi hùng
Kêu rằng: có ai cứu không !
Ngài chạy sa xuống nghìn trùng hang sâu.
Thiện tài cũng chạy theo sau,
Thương thầy đâm đầu, gieo xuống dưới hang.
Phật-bà tự đấy tin thương,
Thoát cho sác cũ giản hồn phách lên.
Thiện-tài theo phật về đền,
Phật hỏi: hang ấy mày nhìn thấy ai ?
Thưa rằng: có một sác người,
Phật rằng: sác ấy phàm thai của mày.
Thoát cho thâu sạch trần ai,
Cho biến hóa được, cho giải lâu thân.
Này sự con vua Thủy-thần,
Thái-Tử đi tuần, đội lốt lý-ngư.

Ví [illegible] mắc lưới vần vơ,
Phỏng chậm một giờ đao thớt phui sa
Phật-bà trông thấy nẻo xa,
Giậy Thiện-tài kíp đi ra chớ trì.
Hóa làm hình giạng nữ nhi,
Mua lấy cá ấy tức thì phóng sinh.
Thái-tử về đến Thủy-đình,
Vua mừng lấy ngọc giạ-minh báo người.
Con gái Thái-tử lên mười,
Lòng mộ xin nài, mang ngọc ra đi.
Đến nơi bái tạ một khi,
Lại xin ở lại chú trì tụng kinh.
Giậy rằng: thầy hỏi thực tình,
Tu thì khổ hạnh có đành được chăng?
Long-nữ qui xuống thưa rằng:
Thầy tu ngày trước trăm phần khổ thay.
Vua-cha làm đọa làm đấy,
Mà thầy chịu được đắng cay nhiều bề.
Huống tôi nhờ thầy từ-bi,
Tuy rằng: khổ hạnh nhưng thì cam tâm
Ngài giậy các phép thuyền lâm,
Câu kinh, câu kệ miệng ngâm ngay ngày.
Tả Long nữ hữu thiện-tài,
Cho làm đồ đệ hôm mai chẳng dời.
Đoạn này nói chuyện dưới đời,
Vua Trang tự thuở nỡ hoài chúa đi.

Đốt chùa hại lũ tăng ni
Long-thần lúc ấy tâu qui thượng thiên.
Thiên-đình đòi sổ tra xem,
Truyền bắt hồn phách xuống miền âm-ti.
Nam-tào rở sổ tâu qui:
Hai mươi năm nữa đến kỳ sẽ hay?
Phán rằng: số thọ còn chầy,
Giáng cho bệnh nặng thuốc dầy chẳng yên.
Ôn hoàng vâng lịnh xuống liền,
Bao nhiêu khí độc vào đền Trang-vương.
Vua Trang phát bệnh lạ thường,
Thân hình chốc lở chiếu giường tanh hôi
Đêm ngày thảm thiết bời bời,
Thuốc thang cầu khẩn chẳng vơi chút nào.
Động lòng Chúa-phật trên cao.
Mắt ngài trông thấu biết bao cõi trần,
Thấy vua cha phải đan truân,
Đòi Thiện-tài lại ân cần thở than:
Ta nay phải xuống trần-đan,
Giả làm hòa-thượng lo toan sự này.
Này đoạn hoàng-hậu khổ thay!
Thương con chưa rãn, lại nay lo chồng.
Tâu vua định kẻ nối dòng,
Ngự truyền: chàng rể phải dùng biết sao?
Sai quan đòi phò mã vào,
Phò-mã giở tiệc chén đào xướng ca.

Hai Phò-mã say la đà,
Hoạn-quan đợi chẳng thấy ra giờ về.
Vua nghe dặn con bất nghi,
Thêm xầu, thêm bệnh hồn mê mơ màng.
Chính-cung lăn khóc bên giường !
Nghĩ Chúa-ba lại thêm càng đắng cay !
Con hiền mà nỡ giết ngay,
Hai đứa vô loài còn để làm chi ?
Cha dương bệnh trọng gian nguy,
Theo chồng hát xướng vui gì cho yên ?
Vua Trang bao siết lòng phiền.
Mới phán chỉ truyền treo bảng văn lên :
Ai mà chữa được trẫm yên,
Trẫm nhường thiên-hạ thay quyền trị dân.
Một chốc thầy ông Lão-tăng,
Đến gần giật lấy bảng văn vội vàng !
Quan quân thấy kẻ giỡ-giang,
Bắt đem vào nộp Triều-đường vua hay.
Hòa-thượng đặt gối tâu bầy ;
Tôi dòng rược-tạng vốn thầy chính tông
Vua nghe tân vậy mừng lòng,
Phán rằng: chữa được lấy công những gì,
Tâu rằng: nhời ấy khó nghe,.
Bảng treo chửa được nhường vì ngôi cao.
Bây giờ trọng thưởng làm sao,
Nói đà chẳng thực thuốc nào dám đưa,

Đức vua thét mắng một giờ,
Lại cho thăm bệnh thử chờ thuốc thang.
Lão tăng vâng đến long sàng,
Xem rồi, rằng: chứng lạ thường khó thay!
Thuốc phàm dễ chữa được vay,
Có Tiên-nhân dậy, tu ở Hương sơn
Xin được tay, mắt làm hoàn,
Điều vào vuối thuốc mấy toan chữa lành.
Đức vua thấy nói trái tình,
Mắng rằng: vô ý chẳng đành vào tai.
Người ta hai mắt hai tay,
Có đâu thừa thôi mà thầy nói xin.
Tâu rằng: đừng giận chớ phiền,
Lão-tăng xin dẫn căn nguyên giãi bầy:
Hương sơn chốn ấy thiêng thay,
Tiên-nhân tu đó đã đầy chín niên,
Cứu người chỉ một lòng nguyền,
Tiếc thân sao gọi phật tiên độ chỉ.
Tiên nhân người chẳng quản chi,
Mong cho vua được yên vì trị dân
Đức vua nghe nói ân cần.
Hỏi đem vàng bạc kim ngân lẽ gì?
Tâu rằng: vàng bạc làm chi?
Mâm trầm-bạch ấy thanh kỳ mà thôi.
Đường ba nghìn dặm đến nơi.
Tôi xin ở lại năm ngày nghỉ chân.

Lòng vua nghĩ ngợi căn ngằn,
Nửa phần tin lại nửa phần còn nghi.
Bèn sai Triệu chàn ra đi,
Cứ nhời tăng dặn nẻo về Tích-sơn.
Lại truyền Tả-trấn môn quan,
Nuôi lão tăng ấy giữ dàng chớ tha.
Đợi đem được thuốc về nhà,
Xem lão-tăng nói thực thà hay không?
Này truyện phò-mã lạ lùng,
Họ Hà họ Triệu đồng lòng mưu gian,
Nghe vua dùng thầy Tích sơn,
Sợ khi chữa được ắt toan nhường quyền
Sai người gia thuộc đi đêm,
Vào nhà Tả chàn giết liền lão tăng
Lại sai một người nhủ rằng:
Cầm một phong thuốc vào dâng bệ tiền
Nói rối rằng: là thuốc tiên,
Đã đi lấy được ở miền Tích sơn
Ấy là hai đứa mưu gian,
Nó dâng thuốc độc để toan cướp quyền,
Ai ngờ phép phật thông huyền,
Chúa bà biết trước ngài liền hóa thả.
Giả thân là lão tăng nhân,
Chân thân một khắc về chưng cảnh chùa.
Đòi thằng Du dịch giận gió,
Vào dặn hóa tướng giữ vua đêm ngày.

Nửa đêm có thuốc dâng ngay,
Rằng: thuốc chùa Tích đưa thầy Lão-tăng.
  Du-dịch quì xuống tâu rằng:
Ấy thuốc Phò-mã toan chưng hại người.
  Vua Trang nghe nói rụng rời,
Chờ khi giời sáng sai người khám tra.
  Cứ người dâng thuốc xưng ra,
Rằng hai Phò mã lòng tà toan lo.
  Bởi e Hòa-thượng dúp vua,
Một mai thiên hạ nhượng giao cầm quyền.
  Vua nghe vừa dận vừa phiền,
Rằng: loài súc-sản chẳng nên giống người.
  Truyền bắt Triệu, Hà hai người,
Mã, đứa dàng thuốc phó nơi hành-hình.
  Hai bà công-chúa thất kinh,
Trốn vào hậu-đình kêu mấy chính-cung.
  Chính-cung kêu lạy ngai rồng,
Hai con thơ giại xin dung thứ vầy.
  Chúa-bà đã giết bấy chầy,
Thanh, Âm hai chúa cực lòng khốn thay
  Nhớ xưa em nói nhời này,
Bao nhiêu thế sự phút đầy như không.
  Thà giết như em cho xong,
Còn hơn ở chốn Lãnh-cung làm vầy.

Thổ-thần mộng báo cho hay,
Rằng: em còn xống ở dầy Hương sơn.
Nay mai rở lại Dương-dan.
Trước độ Thánh-hoàng sau độ hai ngươi.
Chiêm bao rõ biết mọi nhời,
Hai người tự ấy ăn chay tu hành.
Đốt hương niệm phật lòng thành,
Khấn nguyền xin được siêu sinh âm thầm.
Này sự Triệu chân Lưu khâm,
Hai người lẻn trốn sơn lâm đến chùa.
Tiên nhân vâng thầy chiều vua
Tay mắt bên tả giậy cho cặt về.
Lưu khâm bước đến gần kề,
Cầm dao chẳng dám động hề ra tay.
Tiên nhân dục bảo chớ chầy,
Kíp lấy về giấy kẻo để vua mong.
Cắt ra máu chảy ròng ròng,
Hai người lễ tạ điều cùng rở ra.
Triệu chấn về đến nước nhà,
Bưng tay, đem mắt vào tòa dâng lên.
Hoàng hậu cất tay, mắt xem,
Giống Chúa ba cũ như in lạ đời!
Hai hàng nước mắt tuôn đơi.
Vua rằng: thiên hạ thiếu người giống nhau;
Hoàng hậu rằng chẳng sai đâu,
Tôi đã nhận dầu trước sau rõ dàng.

Thoắt thôi vua mới phán rằng:
Phó giao tay mắt thầy-tăng kíp điều.
  Thuốc cao luyện được một liều,
Phán đổ bên tả bệnh tiêu tức thì.
  Bệnh bên hữu bãi còn y.
Vua hỏi chước gì cho đã liền ngay?
  Thầy rằng: tả trị tả hay,
Hữu biên phái dụng mắt tay bên đoài.
  Vua rằng: tay mắt của người.
Nhẽ đâu xin được cả hai bên mà.
  Thầy rằng: tuy thê xong mà,
Bệnh gì thuốc ấy mấy là thần y.
  Và Tiên nhân cũng từ bi,
Dẫu ta xin hết người thì cũng chao.
  Huống còn phần ấy tiếc nào,
Phúc làm cho chót quản bao đến mình
  Lưu khâm phụng mạnh tái hành,
Lại có nhời chiếu lên trình Tiên nhân
  Trong nhời chiếu chỉ ân cần,
Xin tiên chữa cả mười phần cho yên.
  Rồi ra cả nước lập đền.
Muôn năm hương khói chúc nguyền tôn linh.
  Chúa đà nghe biết chân tình,
Giậy Thiện tài hóa làm hình Tiên nhân
  Lưu khâm cầm dao đến gần,
Bảo rằng: kíp lấy băng chứng hồi gia

Cắt thôi máu chảy chan hòa,
Tiên nhân chính sắc nói ra làm vầy:
Khen cho hoà thượng giỏi thay !
Chữa được Long thể tài này để ai.
Lưu Khâm về nộp trước đài,
Vua mới giậy mời hoà-thượng vào trong.
Thuốc thang điều luyện vừa xong,
Tiên nạp cửu trùng linh nghiệm mau thay.
Thần thông nào kíp dở tay,
Mặt rồng tươi tốt hơn ngày xưa kia,
Triều đương cung viện tư bề,
Yến mừng tiệc hát phả phê ồn ào.
Luận tôn hòa thượng quyền cao,
Trăm quan đón vào tuyên chiếu nhường ngôi
Hòa thượng lạy giã từ lui,
Tính quen non nước thú vui tháng ngày.
Đám khuyên bệ hạ từ giẫy,
Ở lòng nhân đức dân nay thái bình.
Các quan văn vũ triều đình,
Giúp vua, hộ nước cho thành chữ trung.
Tiểu tăng đã thoát bụi hồng,
Cầu chi danh lợi mà mong ngôi nhường.
Thoát thôi từ tạ lên đường,
Trăm quan đưa tiễn vội vàng theo sau.
Bỗng không thấy ở trên đầu,
Một tờ giấy kệ bốn câu dữa giời.

KỆ RẰNG

Ngỏ nãi Tây phương Nhất thế tôn,
Đặc lai cứu nhĩ bệnh trừ côn,
Tòng kim chính đạo vô tà sắc,
Mạc sử linh châu nhiễm tục hồn.

DIỄN NÔM RẰNG :

Mỗ vốn Tây phương Nhật thế tôn,
Tới đây cứu bệnh lại trừ côn,
Từ nay tâm chính thôi tà sắc,
Chớ để linh châu nhuộm tục hồn.

Trăm quan thấy giấy kệ dơi,
Đem vào tâu ngự xem nhời làm sao ?
    Rằng : ta bệnh ở Nam tào,
Ngọc hoàng thương đến mới chao kệ này.
    Trẫm nhớ ơn Tiên nhầu thay !
Tính sao giả nghĩa mới hay bằng lòng.
    Bèn đòi Triệu chẩu đền cung,
Hỏi rằng: Tiên nữ hình dung thể nào ?
    Chẩu rằng: chẳng biết làm sao,
Giống chúa ba ấy hao hao dạng hình.
    Vua rằng: sự ấy chưa minh,
Chờ khi lễ tạ sẽ đành hỏi thăm.
    Nào hay chúa Thanh, chúa Âm,
Hai chúa âm thầm ở chốn Lãnh-cung.

Từ nghe thần mộng lạ lùng,
Mong em mình chỉ một lòng đinh ninh.
Ai ngờ mắc phải yêu-tinh,
Thanh-sư, Bạch-tượng biết tình gần xa.
Giả làm hình dạng Chúa-ba,
Dỗ đem đi đến núi xa lạ lùng.
Hai yêu xưng ép làm chồng,
Hai bà khăng khẳng một lòng chẳng cho.
Bởi vì chẳng chịu dâm ô,
Nó hãm vào tù, lại quá Lãnh-cung.
Khi ấy quan canh Lãnh-cung,
Không thấy hai chúa hãi hùng tâu lên.
Tức khắc vua sai người liền,
Người đón, người tìm khắp cả tây đông
Có con thị-nữ Thúy-hồng,
Nghĩ đạo thầy tớ cố công thăm dò.
Yêu-tinh thấy vậy nó lo,
Bắt giam thị-nữ làm cho rứt đường
Quan quân tìm khắp mọi phương,
Chẳng thấy tin tức ai tưởng căn nguyên.
Trăm quan thấy sự ngạc nhiên,
Tâu vua lên hỏi đấng tiên trên chùa.
Đức vua truyền: sắm đủ đồ,
Kẻ theo kiệu ngọc, người phù xe loan.
Phát hành chưa đến Hương-sơn,
Tới Chừng-lâm huyện mắc nào yêu-tinh.

Ma-vương sợ lộ sự mình,
Nửa đêm hóa trận phong-sinh đùng đùng
Vua Trang cùng mấy Chính-cung,
Nó bắt vào động, hãi hùng hồn mê.
Triệu-chấn vốn thuộc đường đi,
Tìm lên chùa tích toan bề hỏi tin.
Yêu tinh dịnh đón cả đêm
Lại bắt Triệu-trấn cũng đêm giam liền.
Vua Trang đà mắc con yêu,
Lại thêm một điều, trong nước can qua.
Có con Phò-mã họ Hà,
Hiêm vì ngày trước, giết cha nó dầy
Trốn sang Mẫu-quốc bầy chầy,
Chiêu binh tập mã được ngoài ba muôn,
Nhân khi vua ngự chùa hưng,
Nó vào tiếm vị xưng vương bấy giờ
Vua trang mắc nạn ngẩn ngơ,
Chúa bà bận việc bấy giờ cho nên,
Chỉ vì có lệnh Hoàng-thiêu,
Hội các chư phật ở bên Giao trì,
Phật-bà giờ việc chưa về,
Hóa ra trong nước lắm bề gian nan,
Thiện-tài thấy sự chẳng an
Bàn mấy Long-nữ lo toan sự này
Nước nhà sư-phụ khôn thay
Phải ẹn Hà-phượng tiếm dầy con chỉ.

Thầy còn vắng vẻ chưa về,
Hai ta phải xuống phù trì quốc-vương.
Thổ-thần lại bảo rõ ràng,
Quốc-vương mắc nạn giữa đường yêu-tinh.
Bàn nhau chiêu tập thiên binh,
Thần-quan, thần tướng lịnh hành kíp đi.
Đương-niên Thái-thể cũng tùy,
Hơn một trăm lẻ những vì thần-vương.
Mặc áo sắt, đội mũ vàng,
Ngọn cờ chỉ núi Thanh-lương tức thì.
Thiên binh đến động Liêu-huê,
Bày ra bốn mặt bổ vi trùng trùng.
Yêu-tinh hai đứa thị hùng,
Thấy thiên-binh đến cũng không kinh dãy.
Nó thời hóa phép lạ thay !
Mình cao bốn trượng sáu tay ba đầu.
Sài, lang, hổ, báo đâu đàu,
Nó đi như gió lao sao cả rừng.
Linh quan, thiên tướng mắng rằng:
Chúng bay loài súc sao không nộp mình ?
Hai yêu nó chẳng giao binh,
Nó tung lửa độc cháy xanh lè lè.
Nó phun nước độc đen sì,
Phá vào chẳng được phủ vi ở ngoải.
Long-nữ mới bảo thiện tài:
Phải đi mượn lửa Hồng-hài-nhi kia.

Mượn lửa Tam-muội Thần kỳ,
Hai lửa ấy về, mới bắt được ma.
    Tôi xin về dưới vua cha,
Lĩnh nước Thủy-phủ giang-hà một khi.
    Hai người hai nẻo đều đi,
Thiện-tài mượn được Hài-nhi dúp cùng.
    Long-nữ về đến Thủy-cung,
Mượn được binh-thủy đồng lòng chợ nguy
    Nước dâng. lửa phóng tư bê,
Hai yêu lúc ấy lực nguy, thề cùng.
    Thanh-sư ẩn vào động trung,
Bạch-tượng cũng ẩn vào trong thạch bàn.
    Dẹp loài yêu quái đã an,
Thiên binh chủ khách hợp hoan khải hồi.
    Yêu tinh đã dẹp an rồi,
Vua Trang chẳng biết ở nơi đâu là?
    Đến khi Chúa-phật về nhà,
Thiện-tài kể sự vua cha làm vầy.
    Vội vàng lên núi trông mây,
Xem thấy phụ mẫu còn đầy hang xâu.
    Hai chị mấy một con hầu,
Mấy quan thừa-tướng âu xầu thương thay.
    Chúa lên bạch phật Như lai,
Kim-cương bát bộ phụ ng sai vội vàng.
    Xuống tìm các động, các hang,
Bắt con yêu mấy tìm Trang-vương dẫy.

Vua trang, Hoàng-hậu thấy ngay,
Còn bốn người nữa nằm ngây biết gì.
Chúa cho nước phép giải mê,
Tự nhiên tỉnh lại một khi yên lành,
Vua Trang nhận rõ chân hình,
Tưởng ai cứu mình, chẳng lại thầy tăng;
Ơn thầy khôn siết nói năng,
Xưa đà trị bệnh, nay chưng trị tà.
Nói rồi giọt ngọc tuôn sa,
Không thấy ai dễ yên nhà nước cho.
Lão tăng từ tạ về chùa,
Vua mấy thừa tướng lại lo việc triều.
Bao nhiêu quân sĩ đi theo,
D anh kia, vệ nọ dã diễn đến đông.
Thoát thôi ngự giá về cung,
Giữa đường mới biết tình trong kinh-kỳ
Rằng: con Phò-mã chiếm vì,
Vua mới tức thì trình điểm quan quân
Quan quân ra sự đồng lòng,
Tuốt gươm nạp súng đùng đùng uy linh,
Giặc Hà khi ấy bỏ thành;
Trốn vô Mâu-quốc một mình cõi xa.
Vua Trang chính trị nước nhà,
Yên duyên mở tiệc xướng ca dãi đồng.
Nhà yên, nước trị đã xong,
Nhớ ơn tiên-nữ tấm lòng cảm thay !

Bán rằng xây tháp xây đài,
Để vua vọng bái hôm mai báo đền.
Hoàng-hậu nghe nói tâu liền.
Nguyện lòng ta muốn đi lên chùa ngài.
Ngày xưa bán lộ tái hồi,
Ngày nay ta phải đến nơi mới đành.
Phán rằng: trẫm cũng lòng thành,
Muốn cho đến chốn tạ tình Tiên nga.
Lịnh truyền xe giá bầy ra,
Lại lên Hương tích đến tòa tiên đô.
Này sự Chúa phật về chùa,
Cám ơn thần tướng hộ phù Vua cha.
Mới bầy quí vật tiền gia,
Rau vàng măng ngọc để mà tạ ân.
Tạ xong các vị tướng thần,
Bỗng nghe ngự giá dần dần đến nơi.
Phật liền phán bảo thiện tài,
Hóa lại người thế rước mời phân minh.
Phật lại hiển hiện rành rành,
Tiên nữ hóa hình không mặt không tay.
Trần dan chân giả ai hay.
Giấu máu còn đầy, ngọc thể trửa tran;
Đức vua đứng khấn ngoài màn.
Giã ân Tiên nữ muôn vàn tầm thường.
Tuy rằng: lễ vật tầm thường.
Nhưng xin soi xét tấc vuông lòng thiêng.

Khăn thời chẳng thấy động hình?
Chẳng thấy đáp lại sự tình làm sao?
Trách cùng Hoàng hậu tiêu hao,
Trẫm là vua chúa ngồi cao làm-vầy.
Đường xa chẳng ngại đến đây,
Tiên nhân lặng lặng trẫm nay phiền lòng.
Hay là hiếm trẫm đàn ông,
Hoàng hậu thử đến gần trông thế nào?
Hoàng hậu mới bước chân vào,
Nhác trông chỉn thực má đào Chúa ba.
Khóc lên một tiếng ngã ra,
Thanh, Âm hai chúa đến mà ôm lên.
Vội vàng vua hỏi sự duyên,
Tỉnh ra Hoàng hậu tâu lên làm vầy.
Thực là Chúa ba chẳng xai,
Thảo nào ngày trước thấy tay tôi ngờ.
Vua rằng : đem giết ngày xưa,
Bỏ tha lên núi bây giờ hẳn ai.
Vua ngờ mới đến tận nơi'
Quả nhiên Công chúa chẳng sai chút nào.
Thấy con giọt ngọc tuôn rào
Hỏi rằng : đã thác mà sao lại còn ?
Bơ vơ đã chín năm tròn,
Làm sao sống được thì con rối cùng.
Chúa bà mới kể thủy chung,
Rằng : con sắt đá một lòng qui y.

Cho nên Thượng đế hộ trì,
Phán thần Địa kỳ, hóa lốt hồ tinh.
Đem vào đền giữa rừng xanh,
Gặp sứ Giêm đình rước xuống Âm-ti.
Cứu cho tù ngục một khi,
Sứ lại đưa về, con lại tái sinh.
Đức Như lai thấy tu hành,
Giãn cho con đền tụng kinh chùa này.
Chân tu đã chín năm chầy,
Chư thánh tôn giầy: Phật chúa chùa Hương.
Thấy cha phải bịnh phi thường,
Hóa làm hòa thượng tìm đường cứu cha.
Chẳng ngờ lại gặp yêu ma,
Con lại phải hóa làm hòa thượng ngay.
Nhờ trên đức phật Như lai,
Sai tám tướng giời phá động rước ra.
Nhân vì liều mạng cứu cha,
Khoét hai con mắt cắt hòa hai tay.
Cho nên lẫn quất làm vầy,
Thầy cha đền dầy, nào có biết đâu.
Đức vua nghe nói thảm xầu!
Ước phép chi mầu cho đủ mắt tay.
Tâu rằng: nhời ước khó thay:
Những người có bụng giời giầy cũng tin.
Như cha muốn được con tuyền,
Thời cha khấn nguyền, hối quá từ nay.

Gốc lòng tu đức, giời hay !
Thời con tay mắt nay lại nên.
     Đức vua mừng vội khấn nguyền,
Phật bà lại hóa tự nhiên tức thời.
     Hai tay hai mắt vẹn mười,
Hai thân, hai chị đều vui vẻ lòng.
     Ấy là phép phật thần thông,
Giả làm chước ấy để phòng cứu cha.
     Kinh lăng nghiêm, truyện phật bà.
Thiên biến vạn hóa thực là linh thay !
     Cho nên chùa tạc tượng ngài,
Làm ra nghìn mắt, nghìn tay lưu truyền.
     Vui trong thế giới ba nghìn,
Sắc không, không sắc phép thiêng không giờ !
     Thấy cha bảng đạo, đốt chùa,
Phải làm thế ấy để cho hết ngờ !
     Đức vua từ ấy ơn nhờ,
Tu nhân tích đức bảng lo một lòng
     Chúa-bà tấu lạy cửu-trùng,
Giậy về lấy chồng hay để tu đây.
     Vua rằng : đừng nói làm vầy,
Con có tu rày mới cứu được cha.
     Lại truyền tả hữu gần xa,
Phải niệm đức phật Thích-ca trên đời.
     Trăm nay ơn bụt ơn giời,
Về nước mặc giời trăm ở lại đây.

Truyền ngôi thừa tướng từ nay,
Ba quân bái tạ chia tay ra về.
Đức vua cùng mấy Chính phi,
Vô ha chúa chị qui y tĩnh đường.
Phật bà phán Thiện tài rằng :
Làm cỗ trai để kính dâng thường ngày,
Hóa ra lâu các đền đài,
Hai thân hai chị yên nơi tu hành.
Bốn vì điều một lòng thành.
Đức vua xem lại đinh ninh bội phần.
Hồi tâm khiến được quỉ thần,
Bao nhiêu nghiệp chướng nợ nần dũ thanh.
Thanh sư, Bạch tương yêu tinh,
Phật tổ bắt được ra hình nặng thay !
Phật bà trông thấy thương vay,
Lại lên xin đức Như lai lĩnh về.
Dung cho chầu trực gần kề,
Giậy theo đạo phật qui y tháng ngày.
Phép ngài kỳ nhiệm mầu thay !
Hóa được người ác, cùng loài quỉ tinh.
Xầy nghe có sắc thiên đình,
Kim-tinh vâng mạng phụng hành ban đi,
Khen rằng ; Đại từ Đại-bi,
Cứu khổ cứu nạn đức kia hải hà.
Trần ðan thiện ác chính tà,
Lắng tai, liếc mắt thoát đà thấu ngay,

Nam vô linh cảm thiêng thay !
Linh-hoa bảo tọa dạng đầy thuyền-lâm
   Sắc phong ngài Quan-thế-âm,
Phổ-đà ngôi báu bể-Nam một giời.

SẮC RẰNG :

Thượng-đế Sắc phong : Đại-từ Đại bi, cứu khổ cứu nạn, nam vô Linh-cảm-quan-thế-âm-bồ tát tứ dữ liên hoa bảo toạ, nhất phó vĩnh tác Nam hải Phổ đà nham đạo tràng chi chú.

DIỄN NÔM

Đức Ngọc Hoàng Thượng đế sắc phong Đức Chúa Ba là : Đại từ Đại bi, cứu khổ, cứu nạn Nam vô Linh cảm Quan thế âm bồ tát, lại ban ngôi tòa sen là Liên hoa bảo tọa ; lại phó lâu giải làm chúa Nam hải phả đà nham coi các đạo tràng.

Chúa Thanh, chúa Am hai người,
Khi gặp yêu quái chẳng dời lòng trinh.
   Lại hay tỉnh ngộ tu hành,
Cho nên giời chứng lòn thành phong cho
   Diệu Thanh, phong làm Văn Thù,
Diệu Âm cũng được phong cho Phổ-Hiền.

Thoát trần lên được cõi tiên,
Đại-thiện-bồ-tát đặt liền ngôi kiều.
Thanh-sư, Bạch-tượng hai yêu,
Cho chầu chực đó học theo tính lành.
Văn thù cưỡi con sư xanh,
Phổ hiền Tượng trắng rành rành sắc ban.

SẮC RẰNG

Thượng đế sắc phong: Diệu Thanh vi Đa thiện văn thù bồ tát, tứ dữ Thanh sư xuất nhập ky tọa.

Diệu Âm vi Đại thiện Phổ hiền bồ tát, tứ dữ Bạch tượng xuất, nhập ky tọa, vĩnh tác Thanh lương sơn đạo tràng chi chúa.

DIỄN NÔM

Đức Ngọc hoàng sắc phong: Chúa Thanh là Đại thiện bồ tát, lại cho cưỡi con Thanh sư ra vào: Phong Chúa Âm là Đại thiện Phổ hiền bồ tát, lại cho cưỡi con Bạch tượng ra vào, coi sóc các đạo tràng núi Thanh lương sơn lâu giài.

Vua Tang phong Đò tiền quan,
Thiện thắng bồ tát được nhàn tấm thân.
Hoàng-hậu là Đò phu nhân,
Khuyên thiện bồ tát muôn phần phúc chung.

Thiện tài, Ngọc nữ có lòng,
Sắc tặng Kim đồng, Ngọc nữ phong cho
Một nhà vinh hiển thơm tho,
Thiên tràng địa cửu phụng thờ khói hương.
Khắp ngoài bốn bề, bốn phương,
Đâu đâu là cũng cúng dường kính tin
Sở nguyện cầu ắt như nguyền,
Cảm ứng liền liền, đội đức chí tôn.
Dẫu cho sông cạn, đá mòn,
Hương sơn Nam hải vẫn còn dấu thiêng.
Phật bà pháp chí vô biên,
Một thân hóa mấy mươi nghìn muôn thân.
Vốn là bồ tát thiên chân,
Thác sinh Công chúa nhất tâm tu hành.
Trên thời hiếu báo sin thành,
Dưới thời nhân cứu chúng sinh quỷ tà.
Thân ngồi tại núi Phổ đà,
Thân lên trên Phật, thân qua dưới đời
Thần thông nghìn mắt, nghìn tay,
Phổ môn hiện để độ loài ngu môn,
Lấy câu sắc sắc không không,
Giả làm nam nữ thử lòng người ta.
Bảo đài sen chín từng hoa,
Gió nhân, mưa phép khắp hòa chúng sinh.
Ba nghìn thế giới xoay quanh,
Bao nhiêu khổ nạn tầm thanh hộ trì.

Chỉn vì kẻ tục ô đồ,
Dữ nhiều lành ít chẳng lo sửa mình.
Cho nên niệm phật tụng kinh,
Ngài tuy có giáng phúc lành chẳng bao.
Ai hay tin kính trông vào,
Giữ nhân giữ hiếu chẳng nao tấm lòng.
Dẫu khi có chút ngại ngùng,
Khẩn cầu ngài hẳn ứng trong khấn cầu.
Trăm năm đến lúc mai sau,
Có ngài chứng quả chớ âu não phiền.
Giẫu cho lên phật lên tiên,
Sirt bao là phúc, là duyên muôn đời.
Nôm na xin diễn tích-ngài,
Để người đạo đức nhớ nhời kính tin.

CHUNG

CAO VƯƠNG-QUAN-THẾ-ÂM TRÂN KINH

(Bài kinh cao vương, nhiều người tụng niệm
đã thấy linh ứng)

Nam vô viên thông giáo chủ, đại
từ đại bi, tầm thanh cứu khổ, linh
cảm Quan thế-âm-bồ Tát.

TỊNH KHẨU NGHIỆP TRÂN NGÔN. (Đọc ba lần)
Tu ly tu ly, ma ha tu ly, tu tu ly, tát bà ha.

TỊNH THÂN TRÂN NGÔN (Đọc ba lần)
Tu đóa ly, tu đóa ly, tu ma ly sa bà ha.

AN THỔ ĐỊA TRÂN NGÔN (Đọc ba lần)
Nam vô tam mãn đa, vô đà nẫm; úm :
độ giô độ giô, địa vĩ sa bà ha.

PHỤNG THỈNH BÁT BỒ TÁT :
Nam vô Quan-thế-âm bồ-Tát, ma ha tát.
Nam vô Gi-lặc bồ Tát, ma ha tát.
Nam vô Hư-không tạng bồ Tát, ma ha tát.
Nam vô Phổ hiền bồ Tát, ma ha tát.
Nam vô Kim cương thủ thiện bồ Tát,
ma ha tát.
Nam vô Diệu cát tường bồ Tát, ma ha tát
Nam vô Trừ cái chướng bồ Tát, ma ha tát
Nam vô Địa tạng vương bồ Tát, ma ha tát.

KHAI KINH KỆ :

Vô thượng Thậm thâm vi diệu pháp.
Bách thiên vạn kiếp nan tao ngộ,
Ngã kim kiến văn đắc thụ trì,
Nguyện giải như lai trân thực nghĩa.

PHẬT THUYẾT CAO-VƯƠNG-QUAN THẾ-ÂM KINH

Quan-thế-âm bồ-Tát, nam vô phật, nam vô pháp, nam vô tăng, phật quốc hữu duyên, phật pháp tương nhân, thường lạc ngã tỉnh, hữu duyên phật pháp, nam vô ma ha bát nhã ba la mật, thị đại thần chú. Nam vô ma ha bát nhã ba la mật, thị vô thượng chú. Nam vô ma ha bát nhã ba la mật, thị vô đẳng đẳng chú.

Nam vô Tỉnh quang-bí mật phật, Pháp-tạng phật.

Sư-tử-hống-thần-túc-u vương phật.

Phật cáo tu di đăng vương phật.

Pháp hộ phật,

Kim cương tạng sư tử du hí phật.

Bảo thắng phật.

Thần thông phật.

Rược sư lưu ly quang vương phật.

Phổ quang công đức sơn vương phật.

Thiện chú công đức bảo vương phật·

Chu khứ thất phật, vị lai hiền kiếp thiên phật. Th ên ngủ bảo hoa thăng phật, bách ức Kim cương tạng phật, Định quang phật.

LỤC PHƯƠNG LỤC PHẬT DANH HIỆU
(TÊN SÁU PHƯƠNG SÁU ÔNG PHẬT)

Đông phương : bảo quang nguyệt điện nguyệt diệu tôn âm vương phật.

Tây phương : Trang vương thần thông diễm hoa vương phật.

Nam phương : Thụ căn hoa vương

Bắc phương : Nguyệt điện thanh tĩnh phật.

Thượng phương : vô số tinh tiến bảo thủ phật.

Hạ phương : Thiện tịch nguyệt tâm vương phật.

VÔ LƯỢNG CHƯ PHẬT

Đa bảo phật, Thích ca mầu ni phật, Gi lặc phật, A-sơ phật, Gi đà phật.

Trung ương nhất thiết chúng sinh, tại phật thế giới trung giã, hành chú ư địa thượng, cập tại hư không trung, từ ưu tư nhất thiết chúng sinh, các linh an ổn hưu ức chú dạ tu trì tâm, thường cầu tụng thử kinh, năng giệt sinh tử khổ, tiêu phục ư độc hại.

DIỄN NÔM

Phàm chưng con người ta điều ở trong vòng đất của Phật cả, thì nên yên ổn mà đọc kinh này, thì ắt được sống lâu và khỏi tai họa.

Na-ma đại minh quan thế âm.
Quan minh quan thế âm.
Cao minh quan thế âm.
Khai minh quan thế âm.
Rược vương bồ tát.
Rược thượng bồ tát.

Văn thù sư lợi bồ tát.

Phổ hiền bồ tát.

Hư không tạng bồ tát.

Địa tạng bồ tát.

Thanh lương bảo sơn nhất vạn bồ tát.

Phổ quang vi ơng như lai hóa thăng bồ tát.

Niệm niệm tụng thử kinh, thất phật

thế tôn tức thuyết chú viết :

DIỄN NÔM.

Mình tụng niệm kinh nầy, thì có nhời
chú của bảy đức phật Thế tôn rằng :

Ly ba Ly ba đế,

Cầu ha Cầu ha đế,

Đà la ni đế,

Ni ha la đế,

Bì ly ni đế,

Ma ha dà đế,

Trân linh kết đế sa bà ha.

Thập phương Quan thể âm, nhất thiệt
chư Bồ tát, thệ nguyện cứu chúng sinh,
Xưng danh tất giải thoát ; nhược hữu bạc

Phúc giả, ân cần vi giải thóat, đãn thị
hữu nhân duyên, độc tụng khẩu bất
xuyết, tụng kinh mãn thiên biên niệm
niệm tâm bất tuyệt. hỏa diệm bất răng
thương, đao binh lập tồi triết. Khuể nộ
sinh hoan hỉ, tử giả biến thành hoạt,
mạc ngôn thử thị hư, chư phật bất vong
thuyết Cao vương quan thế âm, năng cứu
chư khổ ách.

DIỄN NÔM

Đức Quan thế âm và những đức bồ tát
cứu người ta điều được thoát nạn cả ;
hoặc người nào có tội lỗi gì, thì nên đọc
kinh này đủ một nghìn lần, thời tự nhiên
tai qua nạn khỏi, và lại hóa vui mừng
vân vân...

NHỮNG NGÀY ĂN TRAY

Tháng riêng — Ngày mồng tám.
Tháng hai — ngày mồng bẩy, mồng chín
và mười chín.
Tháng ba — Ngày mồng ba, mồng sáu
và mười ba.

Tháng tư — Ngày hai mươi hai.

Tháng năm   Ngày mồng ba và mười bảy.

Tháng sáu — Ngày mười sáu, mười tám, mười chín, và hai mươi ba.

Tháng bảy — Ngày mười ba.

Tháng tám — Ngày mười sáu.

Tháng chín — Ngày mười chín, và hai mươi ba.

Tháng mười — Ngày mồng hai.

Tháng mười một — Ngày mười chín.

Tháng trạp — Ngày mồng bốn, và hai mươi nhăm.

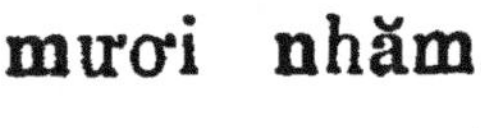